SUY NIỆM ĐÀNG THÁNH GIÁ
VỚI THÁNH TÊRÊXA
HÀI ĐỒNG GIÊSU

❀

STATIONS OF THE CROSS
WITH
OUR SISTER SAINT THÉRÈSE

By the Author

Something New with St. Thérèse:
Her Eucharistic Miracle

Being Catholic:
What Every Catholic Should Know

The Paradise Project

Homeschooling with Gentleness

A Little Way of Homeschooling

❧

Edited by the Author

Selected Sermons of
Thomas Aquinas McGovern, S. J.

SUY NIỆM ĐÀNG THÁNH GIÁ VỚI THÁNH TÊRÊXA HÀI ĐỒNG GIÊSU

STATIONS OF THE CROSS WITH OUR SISTER SAINT THÉRÈSE

Suzie Andres

Bản quyền Copyright © 2020: Suzie Andres

Vietnamese translator / Dịch Việt ngữ: Sr. Martina Trinh Lai, OP.

Printed in the United States of America. All rights reserved. / In tại Hoa Kỳ. Bảo lưu mọi quyền.

Cover design by / Thiết kế Bìa: Miriam Schroder

Interior design by / Thiết kế bên trong: Nora Malone

Cover image: Therese as novice in white mantle, Carmel of Lisieux, January 1889 (age 16) / Ảnh trang Bìa: Thánh Têrêxa khi là một tập sinh, trong tu phục trắng, Đan viện Cátminh-thành Lisieux, tháng Giêng 1889 (16 tuổi).

Interior images / Các hình ảnh bên trong nội dung:

Station images courtesy of / hình ảnh 14 Đàng Thánh Giá được phép sử dụng bởi CCWatershed.org.

Holy Face of the Carmel of Lisieux (after the Shroud of Turin), 1905, by Céline Martin, Sister Génevieve of the Holy Face and St. Thérèse. / Khuôn Mặt Thánh của Đan viện Cátminh - thành Lisieux (phác họa lại khăn liệm thành Turin), 1905, của tác giả Nt. Génevieve (Céline Martin)—Khuôn mặt Thánh và là chị của thánh Têrêxa

Christ Crucified, by Diego Velázquez, c. 1632, image courtesy of Wikimedia Commons, public domain. / *Chúa Giêsu chịu đóng đinh trên thập giá*: Họa sĩ Diego Velazquez, c. 1632, hình ảnh được bách khoa toàn thư tự do (Wikimedia Commons, public domain) cho phép sử dụng.

ISBN 978-1-7347093-5-3

For Paul and Finn

*"Courage! It is I!
Do not be afraid."
(Mt 14:27)*

*"Cứ yên tâm, chính
Thầy đây, đừng sợ!"
(Mt 14,27)*

"The pious exercise of the Way of the Cross represents the sorrowful journey that Jesus Christ made with the cross on His shoulders, to die on Calvary for the love of us. We should, therefore, practice this devotion with the greatest possible fervor, placing ourselves in spirit beside our Savior as He walked this sorrowful way, uniting our tears with His, and offering to Him both our compassion and our gratitude."

"Việc thực hành đạo đức viếng Đàng Thánh Giá diễn tả cuộc hành trình đầy đau khổ mà Chúa Giêsu Kitô đã trải qua với thập giá trên vai, để chịu chết trên đồi Can-vê vì tình yêu Ngài dành cho chúng ta. Vì thế chúng ta nên thực hành việc sùng kính này với hết lòng nhiệt tâm và yêu mến, cùng đồng hành với Đấng Cứu Độ của chúng ta trên con đường khổ giá này, kết hiệp những giọt nước mắt của chúng ta với của Ngài, và dâng lên Chúa tâm tình biết ơn và lòng thương cảm của chúng ta."

—St. Alphonsus de Ligouri

Contents

Opening Prayers 2
Lời nguyện mở đầu 3
Prayer before a Crucifix 66
Cầu nguyện trước tượng chịu nạn 67
Act of Oblation to Merciful Love 68
Kinh Tận Hiến Cho Tình Yêu Thương Xót
   Của Thiên Chúa Nhân Từ 72
A Note on Indulgences 77
Ghi chú về việc lãnh ơn Toàn xá 80
A Note on Special Plenary Indulgences in
   the Time of Coronavirus 83
Sắc Lệnh Của Đức Thánh Cha Phanxicô Ban Ơn
   Toàn Xá Trong Cơn Dịch Virus Corona 88
Guardian Angel Prayer
   (When Unable to Assist at Holy Mass) 94
Kinh Thiên thần Bản Mệnh
   (Đọc khi không thể tham dự Thánh Lễ) 95

"May your soul, may your heart, may everything about you be filled with candour in your relations with Jesus."

"Trong tương quan với Chúa Giêsu, xin cho linh hồn các bạn, trái tim các bạn, và tất cả những gì thuộc về các bạn, được luôn tràn đầy sự cởi mở và chân thành."

—Servant of God Marcel Van,
spiritual little brother of St. Thérèse

SUY NIỆM ĐÀNG THÁNH GIÁ
VỚI THÁNH TÊRÊXA
HÀI ĐỒNG GIÊSU

STATIONS OF THE CROSS
WITH
OUR SISTER SAINT THÉRÈSE

Opening Prayers

Jesus, adorable even in Your bitter Passion, we desire with Saint Thérèse to love You and make You loved. Send Your Holy Spirit to enlighten our minds and enflame our hearts as we walk with You along this little way of the Cross.

Blessed Mother, you were the first to accompany Your Son, the sweet Spouse of our souls, along the way of the Cross. Wrap us in your mantle and accompany us on this journey today and always.

Guardian angel, you never leave my side. Help me to know and remember the infinitely tender love with which Jesus suffered and died for me. Amen.

Lời nguyện mở đầu

Lạy Chúa Giêsu rất đáng tôn thờ ngay cả trong cuộc khổ nạn đắng cay của Người. Cùng với thánh Têrêxa, chúng con khao khát yêu mến Chúa và làm cho Chúa được yêu thương. Xin hãy ban Thánh Thần Chúa xuống, soi sáng trí khôn và thiêu đốt tâm hồn chúng con, để cùng với Chúa, chúng con bước đi trên con đường bé nhỏ của Thập giá.

Lạy Đức Trinh Nữ Maria, Mẹ là người đầu tiên đã đồng hành trên đường Thập giá cùng với Con của Mẹ, Đấng là Lang quân rất dịu ngọt của linh hồn chúng con. Xin bao bọc chúng con trong tà áo của Mẹ, và đồng hành với chúng con trên hành trình hôm nay và luôn mãi.

Lạy Thiên thần Hộ thủ, ngài chẳng bao giờ lìa xa con. Xin giúp con nhận biết và ghi nhớ tình yêu thương vô bờ bến mà Chúa Giêsu đã chịu đau khổ và chịu chết vì con. Amen.

I

JESUS IS CONDEMNED TO DEATH

CHÚA GIÊSU BỊ KẾT ÁN

"They shouted all the louder, 'Crucify Him!' So Pilate, anxious to placate the crowd … having ordered Jesus to be scourged, handed Him over to be crucified." (Mk 15:15)

"Họ càng la to: 'Đóng đinh nó vào thập giá!' Vì muốn chiều lòng đám đông, ông Philatô truyền đánh đòn Đức Giêsu, rồi trao Người cho họ đóng đinh vào thập giá." (Mc 15,14b-15)

We adore Thee, O Christ, and we bless Thee,
Because by Thy Holy Cross, Thou hast redeemed the world.

From St. Thérèse

"O Jesus! When Thou wast a wayfarer upon earth, Thou didst say, 'Learn of Me, for I am Meek and Humble of Heart, and you shall find rest for your souls.'"

"I've never acted like Pilate, who refused to listen to the truth. I've always said to God: O my God, I really want to listen to You; I beg You to answer me when I say humbly: What is truth? Make me see things as they really are. Let nothing cause me to be deceived."

"It is a great trial to see only the dark side of things.... Do what you can to detach your heart from earthly cares ... then feel certain that Jesus will do the rest."

Our Father ...

Chúng con thờ lạy và ngợi khen Chúa Kitô,
Vì Chúa đã dùng Thánh Giá Chúa mà chuộc tội cho thiên hạ.

Lời của thánh Têrêxa

"Lạy Chúa Giêsu, khi còn lữ hành trên trần thế, Ngài đã nói: 'Anh em hãy mang lấy ách của tôi, và hãy học với tôi, vì tôi có lòng hiền hậu và khiêm nhường. Tâm hồn anh em sẽ được nghỉ ngơi bồi dưỡng.'"

"Con chẳng bao giờ hành động như Philato, người đã từ chối lắng nghe sự thật. Con luôn luôn nói với Chúa rằng: Ôi lạy Chúa, con thực sự muốn lắng nghe Ngài; Con nài xin Ngài hãy trả lời con khi con khiêm tốn hỏi: Sự thật là gì? Xin hãy làm cho con nhìn thấy mọi sự như chúng thực sự là. Xin đừng để con bị lừa dối bởi bất cứ điều gì".

"Thật là một thử thách lớn khi chỉ nhìn thấy mặt tối của sự vật.… Hãy làm tất cả những gì giúp cho tâm hồn bạn thanh thoát khỏi mọi lắng lo của trần thế … và hãy cảm nhận chắc chắn rằng Chúa Giêsu sẽ làm tất cả những gì còn lại."

Lạy Cha …

II

JESUS CARRIES HIS HEAVY CROSS FOR US

CHÚA GIÊSU VÁC THÁNH GIÁ NẶNG VÌ CHÚNG TA

"And when they had mocked Him, they stripped Him of the purple cloak, dressed Him in His own clothes, and led Him out to crucify Him ... and He went out, bearing His own cross." (Mk 15:20; Jn 19:17)

※

"Chế giễu chán, chúng lột áo điều Người ra để đóng đinh vào thập giá. Chính Người vác lấy thập giá đi ra, đến nơi gọi là Cái Sọ, tiếng Hípri là Gôngôtha". (Mc 15,20; Ga 19,17)

We adore Thee, O Christ, and we bless Thee,
Because by Thy Holy Cross, Thou hast redeemed the world.

From St. Thérèse

"Since Jesus has gone back to Heaven I can follow Him only by the path He has traced. How luminous are His footprints—diffusing a divine sweetness."

"What is our humiliation at the moment is our glory later on, even in this life."

"Yes, Jesus is there with His cross! Privileged one of His love, He wills to make you like Him! Why be frightened at not being able to carry this cross without weakening?"

Hail Mary...

Chúng con thờ lạy và ngợi khen Chúa Kitô,
Vì Chúa đã dùng Thánh Giá Chúa mà chuộc tội
   cho thiên hạ.

Lời của thánh Têrêxa

"Từ khi Chúa Giêsu trở về trời, con đã chỉ theo Người bằng con đường mà Người đã vạch ra. Những dấu chân của Người chiếu sáng biết chừng nào—chất chứa sự ngọt ngào thần linh."

"Những gì là xấu hổ nhục nhã của chúng ta vào lúc này sẽ là vinh quang của chúng ta sau này, và thậm chí ngay ở đời này."

"Vâng, Chúa Giêsu đã ở đó trên cây Thánh Giá! Hỡi bạn, người được tình yêu Chúa tuyển chọn, Chúa sẽ làm cho bạn được nên giống như Người! Tại sao lại hoảng sợ vì không có khả năng để mang lấy thánh giá này mà không suy yếu đi?"

Kính mừng ...

III

JESUS FALLS FOR THE FIRST TIME

CHÚA GIÊSU NGÃ XUỐNG ĐẤT LẦN THỨ NHẤT

"I looked around, but there was no one to help ... no one to sustain me." (Is 63:5)

※

"Ta nhìn xem: không một người trợ giúp! Ta kinh ngạc: chẳng người nào đỡ nâng!" (Is 63,5)

We adore Thee, O Christ, and we bless Thee,
Because by Thy Holy Cross, Thou hast redeemed the world.

From St. Thérèse

"What does it matter, my Jesus, if I fall at each moment; I see my weakness through this and this is a great gain for me."

"Since our Well-Beloved has *trodden the wine press alone* (Is 63:3)—the wine which He gives us to drink—in our turn let us not refuse to wear garments dyed with blood, let us press out for Jesus a new wine which may slake His thirst, and *looking around Him* He will no longer be able to say that He is alone; we shall be there *to help*."

"My Beloved, Your example invites me to humble myself, to scorn honors. To delight You I want to stay little. In forgetting myself, I'll charm Your Heart."

Glory Be . . .

Chúng con thờ lạy và ngợi khen Chúa Kitô,
Vì Chúa đã dùng Thánh Giá Chúa mà chuộc tội cho thiên hạ.

Lời của thánh Têrêxa

"Ôi lạy Chúa Giêsu của con, điều gì xảy ra nếu con ngã trong từng giây phút; con nhìn thấy sự yếu hèn của mình qua điều này. Và cũng chính vì điều này con cảm thấy lợi ích vô cùng."

"Từ khi Đấng rất đáng yêu mến của chúng ta đạp nơi bồn ép rượu nho (Is 63,3), thứ rượu mà Người đã trao cho chúng ta để uống – đến lượt chúng ta, chúng ta không được từ khước mặc chiếc áo đã nhuộm máu của Người, chúng ta hãy ép mình cho Chúa Giêsu để có được một thứ rượu mới, hầu làm thoả cơn khát của Người; hãy nhìn xung quanh Người, để Người sẽ không còn có thể nói rằng Người đang cô đơn; chúng ta có mặt ở đó để giúp đỡ Người."

"Lạy Đấng rất đáng yêu mến của con, gương của Ngài đã mời gọi con biết sống khiêm tốn và khinh chê hư danh. Để làm cho Ngài được vui thỏa, con muốn sống nhỏ bé. Khi quên đi chính bản thân mình, con sẽ làm cho trái tim Ngài được vui thỏa."

Sáng Danh …

IV

JESUS MEETS HIS AFFLICTED MOTHER

CHÚA GIÊSU GẶP ĐỨC MẸ KHỔ ĐAU

"Simeon blessed them and said to Mary, His Mother, 'This child is destined to be a sign of contradiction, and thy own heart a sword shall pierce.'" (Lk 2:34-35)

※

"Ông Simêon chúc phúc cho hai ông bà, và nói với bà Maria, mẹ của Hài Nhi: "Thiên Chúa đã đặt cháu bé này làm duyên cớ cho nhiều người Ítraen phải vấp ngã hay được chỗi dậy.... Còn chính bà, thì một lưỡi gươm sẽ đâm thâu tâm hồn bà." (Luca 2,34-35)

We adore Thee, O Christ, and we bless Thee,
Because by Thy Holy Cross, Thou hast redeemed the world.

From St. Thérèse

"During this sorrowful exile, O my beloved Mother, I want to live with you … then follow you to Heaven someday."

"The Blessed Virgin never fails to protect me as soon as I invoke her. In my troubles and anxieties I very quickly invoke her and, like the most tender of mothers, she always takes care of my interests. Try it, and you'll see."

"Not being able to bear it any longer, I asked the Blessed Virgin to take my head in her hands and support it."

Our Father …

Chúng con thờ lạy và ngợi khen Chúa Kitô,
Vì Chúa đã dùng Thánh Giá Chúa mà chuộc tội cho thiên hạ.

Lời của thánh Têrêxa

"Lạy Mẹ rất đáng yêu mến của con, trong cuộc lưu đầy đầy đau khổ này, con muốn sống với Mẹ... và một ngày nào đó, muốn theo Mẹ lên trời."

"Đức Trinh Nữ Maria chưa bao giờ ngừng gìn giữ con ngay khi con cầu khẩn Mẹ. Mẹ luôn luôn chăm sóc những lợi ích của con như người mẹ dịu dàng nhất. Hãy thử xem và bạn cũng sẽ thấy như vậy."

"Khi không thể chịu đựng được nữa, con đã xin Đức Trinh Nữ Maria nâng đỡ đầu con trong bàn tay của Mẹ."

Lạy Cha…

V

SIMON OF CYRENE HELPS JESUS CARRY HIS CROSS

ÔNG SIMON VÁC THÁNH GIÁ ĐỠ CHÚA GIÊSU

*"And they compelled a passer-by ...
to carry His cross."* (Mk 15:21)

✻

*"Lúc ấy, có một người đi ngang qua đó,
tên là Simon, gốc Kyrênê. Chúng bắt ông
vác thập giá đỡ Đức Giêsu."* (Mc 15,21)

We adore Thee, O Christ, and we bless Thee,
Because by Thy Holy Cross, Thou hast redeemed the world.

From St. Thérèse

"Jesus gives me at every moment what I am able to bear and nothing more, and if in the next moment He increases my suffering, He also increases my strength."

"If we can say that our sacrifices are like locks of hair that captivate the heart of Christ, we must likewise say that our joys affect Him in a like manner."

"We must serve our Lord; sow what is good around us without worrying about its growth. For us the labors; for Jesus, success!"

Hail Mary…

Chúng con thờ lạy và ngợi khen Chúa Kitô,
Vì Chúa đã dùng Thánh Giá Chúa mà chuộc tội
  cho thiên hạ.

Lời của thánh Têrêxa

"Trong từng giây phút sống, Chúa Giêsu đã ban cho con tất cả những gì con có thể chịu đựng được và không còn gì hơn nữa. Và nếu trong giây phút kế tiếp này Ngài gia tăng sự đau khổ của con, thì Ngài cũng gia tăng sức mạnh của con."

"Nếu chúng ta có thể nói rằng những hy sinh của chúng ta giống như những lọn tóc làm vui lòng trái tim của Đức Kitô, thì tương tự như vậy chúng ta cũng có thể nói rằng những niềm vui của chúng ta cũng tác động đến Người như vậy.

"Chúng ta phải phục vụ Thiên Chúa; hãy gieo xung quanh chúng ta những gì là tốt đẹp mà không phải lo chúng lớn lên như thế nào. Chúng ta chỉ cần cố gắng làm việc, còn thành công là nơi Chúa Giêsu."

Kính mừng …

VI

VERONICA WIPES THE FACE OF JESUS

BÀ VERONICA LAU MẶT CHO CHÚA GIÊSU

"He had no form or comeliness that we should look at Him, and no beauty that we should desire Him." (Is 53:2)

※

"Người chẳng còn dáng vẻ, chẳng còn oai phong đáng chúng ta ngắm nhìn, dung mạo chẳng còn gì khiến chúng ta ưa thích." (Is 53,2)

We adore Thee, O Christ, and we bless Thee,
Because by Thy Holy Cross, Thou hast redeemed the world.

From St. Thérèse

"My love discovers the charms of Your Face adorned with tears. I smile through my own tears when I contemplate Your sorrows.... Your beauty, which You know how to veil, discloses for me all its mystery.... Leave in me the Divine impress of Your Features filled with sweetness."

"Be another Veronica who wipes away the blood and tears of Jesus, her only Beloved."

"O Adorable Face of Jesus, the only Beauty that captivates my heart, deign to imprint in me Your Divine Likeness so that You may not behold the soul of Your little bride without seeing Yourself in her."

Glory Be ...

Chúng con thờ lạy và ngợi khen Chúa Kitô,
Vì Chúa đã dùng Thánh Giá Chúa mà chuộc tội cho thiên hạ.

Lời của thánh Têrêxa

"Tình yêu của con khám phá ra Thánh Nhan khả ái của Chúa được trang điểm bằng những giọt lệ. Con mỉm cười trong nước mắt khi chiêm niệm sự đau khổ của Ngài…. Chúa biết phải tỏ vẻ đẹp của Chúa cho con cách nào, nhờ đó con khám phá ra tất cả mầu nhiệm của Chúa…. Xin hãy để lại trong con ấn tượng Thần linh về Thánh Nhan đầy tràn sự dịu ngọt của Ngài."

"Hãy trở nên một bà Veronica khác nữa, là người lau đi những giọt máu và nước mắt của Chúa Giêsu, Đấng bà rất mực kính yêu."

"Ôi Khuôn Mặt Rất Đáng Yêu Mến của Chúa Giêsu, Vẻ Đẹp duy nhất đã chiếm lấy trái tim con. Xin hãy in vào trong con hình ảnh Thần Linh của Chúa, để nhờ đó Chúa có thể nhìn thấy linh hồn hiền thê nhỏ bé của Chúa như nhìn thấy chính Ngài trong con."

Sáng Danh…

VII

JESUS FALLS THE SECOND TIME

CHÚA GIÊSU NGÃ XUỐNG ĐẤT LẦN THỨ HAI

*"I was pushed hard, so that I was falling,
but the Lord helped me." (Ps 118:13)*

※

*"Chúng xô đẩy tôi, xô cho ngã,
nhưng Chúa đã phù trợ
thân này." (Tv 118,13)*

We adore Thee, O Christ, and we bless Thee,
Because by Thy Holy Cross, Thou hast redeemed the world.

From St. Thérèse

"Would you want to refuse to fall a hundred times, if that were necessary to prove your love for Him, rising each time with greater strength than before your fall?"

"To be little is not to become discouraged over one's faults, for children fall often, but they are too little to hurt themselves much."

"I will have the right of doing stupid things up until my death, if I am humble and if I remain little. Look at little children: they never stop breaking things, tearing things, falling down. When I fall in this way, it makes me realize my nothingness more."

Our Father…

Chúng con thờ lạy và ngợi khen Chúa Kitô,
Vì Chúa đã dùng Thánh Giá Chúa mà chuộc tội cho thiên hạ.

Lời của thánh Têrêxa

"Bạn có muốn từ chối ngã một trăm lần nếu việc đó cần thiết để minh chứng tình yêu của bạn dành cho Người, và trỗi dậy sau mỗi lần ngã với một sức mạnh lớn hơn trước khi bạn ngã hay không?"

"Trở nên bé nhỏ không có nghĩa là trở nên thất đảm trước những lỗi lầm của một người nào đó, vì trẻ em thì ngã thường xuyên, và vì chúng quá nhỏ nên không đau nhiều."

"Con sẽ có quyền làm những điều ngớ ngẩn cho đến lúc chết, nếu con khiêm tốn và luôn nhỏ bé. Hãy nhìn xem những đứa trẻ: chúng không bao giờ ngừng té ngã, làm đổ vỡ, xé nát đồ vật chung quanh. Khi rơi vào tình trạng giống như vậy, con càng nhận ra sự hư vô của con hơn."

Lạy Cha…

VIII

JESUS MEETS THE WOMEN OF JERUSALEM

CHÚA GIÊSU GẶP NHỮNG NGƯỜI PHỤ NỮ THÀNH GIÊRUSALEM

"And there followed Him a great multitude, including many women who mourned and lamented Him." (Lk 23:27)

※

"Dân chúng đi theo Người đông lắm, trong số đó có nhiều phụ nữ vừa đấm ngực vừa than khóc Người." (Lc 23,27)

We adore Thee, O Christ, and we bless Thee,
Because by Thy Holy Cross, Thou hast redeemed the world.

From St. Thérèse

"Jesus bears our imperfections patiently; He does not like teaching us everything at once, but normally enlightens us a little at a time."

"Every moment He is guiding and inspiring me. Most often it is not at prayer, but while I go about my day."

"Women, how they are misunderstood! And yet … during the Passion of Our Lord, women had more courage than the Apostles since they braved the insults of the soldiers and dared to dry the adorable Face of Jesus. It is undoubtedly because of this that He allows misunderstanding to be their lot on earth, since He chose it for Himself."

Hail Mary …

Chúng con thờ lạy và ngợi khen Chúa Kitô,
Vì Chúa đã dùng Thánh Giá Chúa mà chuộc tội
  cho thiên hạ.

Lời của thánh Têrêxa

"Chúa Giêsu đã kiên nhẫn mang lấy tất cả những bất toàn của chúng ta; Ngài không muốn dạy chúng ta tất cả mọi sự ngay một lúc, nhưng Ngài thường soi sáng chúng ta mỗi lần một chút."

"Người đã hướng dẫn và gợi hứng tôi trong từng khoảnh khắc. Hầu hết không phải trong lúc tôi đang cầu nguyện nhưng trong những sinh hoạt thường nhật."

"Các phụ nữ, họ đã bị hiểu lầm như vậy sao! Nhưng … trong cuộc khổ nạn của Chúa, các phụ nữ lại can đảm hơn các tông đồ. Họ đã can đảm đối diện với những sỉ nhục của quân lính, và dám lau khuôn mặt khả ái của Chúa Giêsu. Chắc chắn rằng chính vì điều này mà Chúa Giêsu cho phép sự hiểu lầm trở thành số phận của họ trên trần gian này, vì chính Chúa cũng chọn sự hiểu lầm cho chính Ngài."

Kính mừng …

IX

JESUS FALLS A THIRD TIME

CHÚA GIÊSU NGÃ XUỐNG ĐẤT LẦN THỨ BA

"He raises the poor from the dust, and lifts the needy from the ash heap." (Ps 113:7)

✷

"Kẻ mọn hèn, Chúa kéo ra khỏi nơi cát bụi, ai nghèo túng, Người cất nhắc lên từ đống phân tro." (Tv 113,7)

We adore Thee, O Christ, and we bless Thee,
Because by Thy Holy Cross, Thou hast redeemed the world.

From St. Thérèse

"Why fear that you might not be able to carry that cross without growing weak? Didn't Jesus fall three times on His way to Calvary? And you, poor little child, should you not resemble your Bridegroom?"

"To suffer our imperfections with patience is true sanctity, the source of peace."

"Yes, I'm like a tired and harassed traveler, who reaches the end of his journey and falls over. Yes, but I'll be falling into God's arms!"

Glory Be . . .

Chúng con thờ lạy và ngợi khen Chúa Kitô,
Vì Chúa đã dùng Thánh Giá Chúa mà chuộc tội cho thiên hạ.

Lời của thánh Têrêxa

"Tại sao lại sợ rằng bạn không thể mang lấy thập giá mà không yếu đi? Chúa Giêsu đã chẳng ngã ba lần trên đường đến đồi Can-vê đó sao? Là đứa trẻ nhỏ đáng thương, chẳng lẽ bạn không muốn trở nên giống như Đấng Lang Quân của bạn sao?"

"Kiên nhẫn chịu đau khổ với những bất toàn của chúng ta là sự thánh thiện thực, là chính nguồn mạch của sự bình an."

"Vâng, tôi giống như người lữ hành mệt mỏi và đầy căng thẳng, cố gắng chạy đến đích của cuộc hành trình và ngã gục tại đó. Nhưng tôi sẽ ngã vào vòng tay của Chúa."

Sáng Danh …

X

JESUS IS STRIPPED

CHÚA GIÊSU BỊ LỘT ÁO

"He was oppressed, and He was afflicted, yet He opened not His mouth; like a lamb that is led to the slaughter, and like a sheep that before its shearers is dumb, so He opened not His mouth." (Is 53:7)

※

"Bị ngược đãi, người cam chịu nhục, chẳng mở miệng kêu ca; như chiên bị đem đi làm thịt, như cừu câm nín khi bị xén lông, người chẳng hề mở miệng." (Is 53,7)

We adore Thee, O Christ, and we bless Thee,
Because by Thy Holy Cross, Thou hast redeemed the world.

From St. Thérèse

"Whenever I find myself faced with the prospect of an attack by the enemy, I am most courageous; I turn my back on him, without so much as looking at him, and run to Jesus."

"In one instant Jesus accomplished what I had been unable to do for several years, having been content, on my part, with my good will, which had never been wanting."

"What pleases the good God in my little soul is to see me love my littleness and my poverty, it is seeing the blind trust that I have in His mercy."

Our Father...

Chúng con thờ lạy và ngợi khen Chúa Kitô,
Vì Chúa đã dùng Thánh Giá Chúa mà chuộc tội cho thiên hạ.

Lời của thánh Têrêxa

"Bất cứ khi nào tôi thấy mình phải đối diện với sự tấn công của kẻ thù, tôi thấy mình rất can đảm, quay lưng lại với nó ngay, để không nhìn thấy nó, và chạy ngay tới Chúa Giêsu."

"Trong khoảnh khắc, Chúa Giêsu đã hoàn thành những gì tôi không thể làm trong vài năm, về phần tôi, hài lòng với ý ngay lành của mình, điều tôi không bao giờ thiếu."

"Những gì làm đẹp lòng Chúa nhân lành trong tâm hồn bé nhỏ của tôi là khi Chúa nhìn thấy tôi yêu thích sự bé nhỏ và nghèo nàn của mình, đó là nhìn thấy tôi có một niềm tin tưởng tuyệt đối vào lòng thương xót của Người."

Lạy Cha...

XI

JESUS IS NAILED TO THE CROSS

CHÚA GIÊSU BỊ ĐÓNG ĐINH VÀO THẬP GIÁ

"A pack of evildoers encircles me. They have pierced my hands and feet; I can count all my bones while they stare at me and gloat." (Ps 22:16-17)

"Quanh con bầy chó đã bao chặt rồi. Bọn ác đó trong ngoài vây bủa, chúng đâm con thủng cả chân tay."
(Tv 22,16-17)

We adore Thee, O Christ, and we bless Thee,
Because by Thy Holy Cross, Thou hast redeemed the world.

From St. Thérèse

"He puts Himself at our mercy. He does not want to accept anything from us unless we give it with a good heart. He stretches out His hand to us to receive a little love. He cries, 'I thirst.'"

"He alone disposes the events of our life of exile.... It is the hand of Jesus that guides everything."

"It had been the sight of His Blood flowing from one of these very Wounds that had given me my thirst for souls."

Hail Mary ...

Chúng con thờ lạy và ngợi khen Chúa Kitô,
Vì Chúa đã dùng Thánh Giá Chúa mà chuộc tội cho thiên hạ.

Lời của thánh Têrêxa

"Chúa Giêsu đã đặt Người vào lòng thương xót của chúng ta. Ngài chẳng muốn đón nhận bất cứ điều gì từ chúng ta, trừ khi chúng ta dâng cho Ngài với một trái tim tốt lành. Chúa đã giang tay về phía chúng ta để đón nhận một tình yêu bé nhỏ. Ngài kêu lên, 'Ta Khát.'"

"Chỉ mình Chúa Giêsu sắp đặt những biến cố trong cuộc sống lưu đầy này của chúng ta…. Chính tay Ngài hướng dẫn mọi sự."

"Chính khi chiêm ngắm cảnh tượng Máu Thánh rất châu báu của Chúa Giêsu tuôn chảy từ những thương tích của Ngài mà tôi có được cơn khát các linh hồn."

Kính mừng…

XII

JESUS DIES FOR US

CHÚA GIÊSU CHỊU CHẾT VÌ CHÚNG TA

*"Father, into Thy hands
I commend my spirit."* (Lk 23:46)

*"Lạy Cha, con xin phó thác hồn
con trong tay Cha."* (Lc 23,46)

We adore Thee, O Christ, and we bless Thee,
Because by Thy Holy Cross, Thou hast redeemed the world.

From St. Thérèse

"Jesus has for us a love so incomprehensible, so delicate, that He does not want to do anything without associating us with Him. He wants us to participate with Him in the work of saving souls."

"Look at His adorable Face. Look at His glazed and sunken eyes. Look at His wounds. Look Jesus in the Face. There you will see how He loves us."

"At the moment when He expired, Jesus gave to His Father the greatest proof of love that was possible."

Glory Be ...

Chúng con thờ lạy và ngợi khen Chúa Kitô,
Vì Chúa đã dùng Thánh Giá Chúa mà chuộc tội cho thiên hạ.

Lời của thánh Têrêxa

"Chúa Giêsu đã dành cho chúng ta một tình yêu vượt trên mọi hiểu biết, tế nhị đến nỗi Người không muốn làm bất cứ điều gì mà không liên kết chúng ta với Người. Chúa muốn chúng ta tham dự với Người trong công việc cứu rỗi các linh hồn."

"Các bạn hãy nhìn vào khuôn mặt khả ái của Chúa. Hãy chiêm ngắm đôi mắt đau buồn và thâm quầng của Người. Hãy nhìn xem những vết thương. Hãy chiêm ngắm khuôn mặt của Chúa, và bạn sẽ thấy Chúa yêu chúng ta biết là chừng nào."

"Vào giây phút Chúa Giêsu trút hơi thở cuối cùng, Người đã dâng lên Thiên Chúa Cha bằng chứng vĩ đại nhất của tình yêu có thể thực hiện được."

Sáng danh ...

XIII

JESUS IS TAKEN DOWN FROM THE CROSS AND PLACED IN HIS MOTHER'S ARMS

CHÚA GIÊSU ĐƯỢC THÁO XUỐNG KHỎI THẬP GIÁ VÀ ĐƯỢC ĐẶT VÀO TAY MẸ CỦA NGƯỜI

"One of the soldiers pierced His side with a lance, and immediately there came out blood and water." (Jn 19:34)

"Một người lính lấy giáo đâm cạnh sườn Người. Tức thì, máu cùng nước chảy ra." (Ga 19,34)

We adore Thee, O Christ, and we bless Thee,
Because by Thy Holy Cross, Thou hast redeemed the world.

From St. Thérèse

"The Blessed Virgin Mary held her dead Jesus on her knees, and He was disfigured and covered with blood! Ah, I don't know how she stood it!"

"I felt entirely hidden under the Blessed Mother's veil."

"You came to smile at me in the morning of my life; come and smile at me again, Mother, now that it is eventide."

Our Father . . .

Chúng con thờ lạy và ngợi khen Chúa Kitô,
Vì Chúa đã dùng Thánh Giá Chúa mà chuộc tội cho thiên hạ.

Lời của thánh Têrêxa

"Đức Trinh Nữ Maria đã ôm lấy xác Chúa Giêsu trong lòng của Mẹ. Thân xác Con của Mẹ đã bị biến dạng và dính đầy máu! Ôi, con không biết Mẹ đã phải chịu đựng cảnh tượng này như thế nào nữa."

"Con cảm thấy hoàn toàn được ẩn náu dưới khăn trùm của Mẹ Maria."

"Mẹ Maria đã đến và mỉn cười với con vào buổi sáng của đời con; xin hãy đến và mỉn cười với con một lần nữa ngay lúc này, lúc hoàng hôn đã xuống dần."

Lạy Cha…

XIV

JESUS IS LAID IN THE TOMB

CHÚA GIÊSU ĐƯỢC CHÔN CẤT TRONG MỘ ĐÁ

"And Joseph wrapped Him in a linen cloth and laid Him in a rock hewn tomb.... But on the first day of the week, they came to the tomb.... But they did not find the body of the Lord Jesus." (Lk 23:53; 24:1,3)

✤

"Ông Giuse lấy tấm vải gai mà liệm, rồi đặt Người vào ngôi mộ đục sẵn trong núi đá. Ngày thứ nhất trong tuần, vừa tảng sáng, các bà đi ra mộ.... Nhưng họ không thấy thi hài Chúa Giêsu đâu cả." (Lc 23,53; 24,1.3)

We adore Thee, O Christ, and we bless Thee,
Because by Thy Holy Cross, Thou hast redeemed the world.

From St. Thérèse

"Jesus has chosen to show me the only way which leads to the Divine Furnace of love; it is the way of childlike self-surrender, the way of a child who sleeps, afraid of nothing, in its father's arms."

"Coming into this land of exile, You willed to suffer and to die in order to draw souls to the bosom of the Eternal Fire of the Blessed Trinity. Ascending once again to the Inaccessible Light, henceforth Your abode, You remain still in this valley of tears hidden beneath the appearances of a white Host."

"How little we know of the goodness and merciful love of Jesus."

For the intentions of the Holy Father: Our Father, Hail Mary, Glory Be.

Chúng con thờ lạy và ngợi khen Chúa Kitô,
Vì Chúa đã dùng Thánh Giá Chúa mà chuộc tội cho thiên hạ.

Lời của thánh Têrêxa

"Chúa Giêsu đã chọn để chỉ cho con biết: chỉ có một con đường duy nhất dẫn đến Ngọn lửa Thần linh của tình yêu, đó chính là con đường thơ ấu tự nguyện phó thác, con đường của một đứa trẻ ngủ yên trong lòng người cha mà không hề sợ hãi bất cứ điều gì."

"Đến trong cõi đất lưu đày này, Chúa đã muốn chịu đau khổ và chết để kéo mọi linh hồn về gần với Ngọn lửa Vĩnh cửu của Ba Ngôi Thiên Chúa. Một lần nữa Chúa lại về trời với nguồn Ánh sáng bất tận, nơi cư ngụ của Chúa từ nay trở đi, nhưng Chúa vẫn còn hiện diện nơi thung lũng đầy nước mắt này, ẩn dấu dưới hình một tấm BÁNH TRẮNG."

"Chúng ta biết rất ít về lòng nhân hậu và tình yêu đầy lòng thương xót của Chúa Giêsu."

Câu nguyện theo ý Đức Giáo Hoàng: Kinh Lạy Cha, Kinh Kính Mừng, Kinh Sáng Danh.

All those who were there and who saw what took place said: 'Truly this was the Son of God.'" (Mt 27:54)

✤

"Thấy động đất và các sự việc xảy ra, viên đại đội trưởng và những người cùng ông canh giữ Đức Giê-su đều rất đỗi sợ hãi và nói: 'Quả thật ông này là Con Thiên Chúa.'" (Mt 27,54)

From St. Thérèse

"Your Face, O my sweet Savior, is the divine bouquet of myrrh I want to keep on my heart."

Prayer to the Holy Face
O Jesus, who, in Thy cruel Passion didst become the "reproach of men and the Man of Sorrows," I worship Thy divine Face. Once it shone with the beauty and sweetness of the Divinity; but now, for my sake, it is become as "the face of a leper." Yet, in that disfigured Countenance, I recognize Thy infinite love, and I am consumed with the desire of making Thee loved by all mankind. The tears that flowed so abundantly from Thy Eyes are to me as precious pearls that I delight to gather, that with their worth I may ransom the souls of poor sinners. O Jesus, whose Face is the sole beauty that ravishes my heart, I may not see here below the sweetness of Thy glance, nor feel the ineffable tenderness of Thy kiss. I bow to Thy Will—but I pray Thee to imprint in me Thy divine likeness, and I implore Thee so to inflame me with Thy love, that it may quickly consume me, and that I may soon reach the vision of Thy glorious Face in heaven. Amen.

Lời của Thánh Têrêxa

"Ôi lạy Chúa Giêsu, Đấng cứu độ rất dịu ngọt của con, gương mặt Thánh của Ngài là chùm mộc dược thần linh con muốn ôm ấp trong trái tim con."

Kinh Kính Gương Mặt của Chúa Giêsu từ Khăn Liệm Chúa ở Turin

Ôi lạy Chúa Giêsu, Đấng trong cuộc Khổ Nạn cay đắng đã trở nên "Sự Sỉ Nhục của loài người và là Đấng của cuộc Thương Khó" Con xin tôn vinh Gương Mặt Thánh của Ngài. Nơi đó rạng ngời nét đẹp và dịu dàng của sự thánh thiện; ngày hôm nay vì con, Gương Mặt đó đã trở thành khuôn mặt giống như của người 'phong hủi'. Tuy vậy, nơi khuôn mặt bị biến dạng đó, con nhận ra tình yêu vô biên của Ngài, và con bị thiêu đốt bởi ước muốn yêu mến Ngài và làm cho Ngài được nhân loại yêu mến. Những dòng nước mắt tuôn trào như suối nơi mắt Ngài đối với con là những hạt ngọc quí giá mà con muốn thu lại. Với giá trị đời đời của chúng, con có thể chuộc lại linh hồn của những người tội lỗi khốn cùng. Ôi lạy Chúa Giêsu, khuôn mặt Ngài là vẻ đẹp duy nhất chiếm hữu trái tim con, mà con không thể nhìn ngắm được nơi trần thế này. Ánh mắt ngọt ngào của Ngài hay cảm nhận được sự dịu dàng không thể tả được của cái hôn Ngài. Nhưng con xin Ngài hãy đóng ấn trong con Hình Thánh của Ngài và con nài xin Ngài hãy thiêu đốt con bằng tình yêu của Ngài để con nhanh chóng tan biến đi và sớm được chiêm ngắm khuôn mặt vinh quang của Ngài trên Thiên Đàng! Amen.

*"Surely He has borne our griefs and
carried our sorrows." (Is 53:4)*

✤

*"Sự thật, chính người đã mang lấy những
bệnh tật của chúng ta,
đã gánh chịu những đau khổ
của chúng ta." (Is 53,4)*

Prayer before a Crucifix

Look down upon me, good and gentle Jesus, while before Thy face I humbly kneel, and with burning soul I pray and beseech Thee to fix deep in my heart lively sentiments of faith, hope, and charity, true contrition for my sins, and a firm purpose of amendment; while I contemplate with great love and tender pity Thy five wounds, pondering over them within me, having in mind the words which David Thy prophet said of Thee, my Jesus: "They have pierced my hands and my feet; they have numbered all my bones."

For the intentions of the Holy Father: Our Father, Hail Mary, Glory Be.

A plenary indulgence is granted on any of the Fridays of Lent to the faithful who, after Communion, devoutly recite the above prayer before a crucifix.

Cầu nguyện trước tượng chịu nạn

Con lạy Đức Chúa Giêsu rất nhân lành rất cam thay vô cùng, này con quì gối xuống trước mặt Chúa, đang khi con lấy lòng thương xót, và lòng kính mến, mà suy ngắm Năm Dấu Thánh Chúa, cùng tưởng nhớ lời ông thánh tiên tri Đa-vít phán xưa thay vì Chúa rằng: Chúng đã lấy đanh sắt mà đóng thâu qua chân tay Ta, và kéo dãn cả mình Ta ra đến nỗi đếm được các xương, thì con cả dám kêu van hết lòng hết sức. Xin Chúa ban ơn rất trọng này cho con: Là in sự sốt sắng nóng nảy trong linh hồn con, cho được làm sự Tin Cậy Mến, và ăn năn ghét các tội lỗi con cho thật, và dốc lòng chừa cho vững bền mãi.

✶

Cầu nguyện theo ý Đức Giáo Hoàng: 1 kinh lạy Cha, 1 kinh kính mừng, 1 kinh sáng danh.

✶

Ơn toàn xá được ban cho những ai sau khi rước lễ, và sốt sắng đọc kinh cầu trước tượng chịu nạn ở trên vào các ngày thứ Sáu trong mùa Chay.

Act of Oblation to Merciful Love

"Draw me, we will run." (Song of Songs 1:4)

❦

J.M.J.T.

Offering of Myself as a Victim of Holocaust to the Merciful Love of the Good God

O my God! Most Blessed Trinity, I desire to *Love* You and make You *Loved*, to work for the glory of Holy Church by saving souls on earth and liberating those suffering in purgatory. I desire to accomplish Your will perfectly and to reach the degree of glory You have prepared for me in Your Kingdom. I desire, in a word, to be a Saint, but I feel my helplessness and I beg You, O my God! to be Yourself my *Sanctity*!

Since You loved me so much as to give me Your only Son as my Savior and my Spouse, the infinite treasures of His merits are mine. I offer them to You with gladness, begging You to look upon me only in the Face of Jesus and in His Heart burning with *Love*.

I offer You, too, all the merits of the Saints (in Heaven and on earth), their acts of *Love*, and those of the Holy Angels. Finally, I offer You, *O Blessed Trinity!* the *Love* and merits of the *Blessed Virgin, my dear Mother*. It is to her I abandon my offering, begging her to present it to You.

Her Divine Son, my *Beloved* Spouse, told us in the days of His mortal life: *"Whatsoever you ask the Father in My name He will give it to you!"* I am certain, then, that You will grant my desires; I know, O my God! that *the more You want to give, the more You make us desire*. I feel in my heart immense desires and it is with confidence I ask You to come and take possession of my soul. Ah! I cannot receive Holy Communion as often as I desire, but, Lord, are You not *All-Powerful?* Remain in me as in a tabernacle and never separate Yourself from Your little victim.

I want to console You for the ingratitude of the wicked, and I beg of You to take away my freedom to displease You. If through weakness I sometimes fall, may Your *Divine Glance* cleanse my soul immediately, consuming all my imperfections like the fire that transforms everything into itself.

I thank You, O my God! for all the graces You have granted me, especially the grace of making me pass through the crucible of suffering. It is with joy I shall contemplate You on the Last Day carrying the scepter of Your Cross. Since You deigned to give me a share in this very precious Cross, I hope in Heaven to resemble You and to see shining in my glorified body the sacred stigmata of Your Passion.

After earth's Exile, I hope to go and enjoy You in the Fatherland, but I do not want to lay up merits for Heaven. I want to work for Your *Love alone* with the one purpose of pleasing You, consoling Your Sacred Heart, and saving souls who will love You eternally.

In the evening of this life, I shall appear before You with empty hands, for I do not ask You, Lord, to count my works. All our justice is stained in

Your eyes. I wish, then, to be clothed in your own *Justice* and to receive from Your *Love* the eternal possession of *Yourself*. I want no other *Throne*, no other *Crown* but *You*, my *Beloved!*

Time is nothing in Your eyes, and a single day is like a thousand years. You can, then, in one instant prepare me to appear before You.

In order to live in one single act of perfect Love, I OFFER MYSELF AS A VICTIM OF HOLOCAUST TO YOUR MERCIFUL LOVE, asking You to consume me incessantly, allowing the waves of *infinite tenderness* shut up within You to overflow into my soul, and that thus I may become a *Martyr* of Your *Love*, O my God!

May this martyrdom, after having prepared me to appear before You, finally cause me to die and may my soul take its flight without any delay into the eternal embrace of *Your Merciful Love*.

I want, O my *Beloved*, at each beat of my heart to renew this offering to You an infinite number of times, until the shadows having disappeared I may be able to tell You of my *Love* in an *Eternal Face to Face!*

Kinh Tận Hiến Cho Tình Yêu Thương Xót Của Thiên Chúa Nhân Từ[1]

"Hãy kéo em theo anh, đôi ta cùng mau bước!" (Dc 1,4)

❊

J.M.J.T.

Con xin dâng mình con làm lễ vật toàn thiêu cho tình yêu thương xót Chúa nhân từ

Ôi! Lạy Chúa Ba Ngôi cực thánh, con muốn yêu mến Chúa và làm cho mọi người yêu mến Chúa, con muốn làm vinh quang Hội Thánh bằng cách

---

[1] Trích trong *Tinh Thần Thánh Têrêsa Hài Đồng Giêsu* (*L'Esprit de Saint Thérèse de L'Enfant Jésus*) Hoàng Trọng dịch. Đan Viện Cát Minh Sài Gòn 1970. Kinh này của Thánh nữ Têrêsa Hài Đồng Giêsu. Thánh nữ đặt kinh này trong sách Phúc Âm và ngày đêm mang trong mình.

cứu rỗi các linh hồn còn sống ở trần gian, và giải thoát các linh hồn đang đau khổ nơi luyện ngục. Con ước ao thực thi trọn thánh ý Chúa, và đạt đến độ vinh quang mà Chúa đã chuẩn bị cho con trên nước Trời. Tóm lại, con muốn nên Thánh, nhưng con cảm thấy bất lực, bởi đấy lạy Chúa, con xin chính Chúa hãy là sự thánh thiện của con.

Vì Chúa đã yêu con đến nỗi đã ban Con Một Chúa, để làm Đấng Cứu Thế và làm Hiền Phu con, nên mọi kho tàng công nghiệp của Người đều thuộc về con; con hân hoan dâng cho Chúa, nài xin Chúa chỉ nhìn con qua Nhan Thánh Chúa Giêsu và trong Thánh Tâm rực cháy tình yêu mến của Người.

Con cũng dâng lên Chúa tất cả công nghiệp của các thánh trên trời và dưới đất, các hoạt động yêu mến của các Ngài và của các Thiên Thần nữa. Sau hết, ôi lạy Chúa Ba Ngôi Diễm Phúc, con dâng Chúa Tình Yêu và công nghiệp của Đức Nữ Đồng Trinh, Mẹ yêu dấu, chính nhờ Người mà con phó thác của lễ này, và xin Mẹ dâng lên Chúa. Chúa Giêsu, Con rất thánh của Mẹ, là Bạn Lòng chí ái của con, khi còn ở trần gian đã nói: "Những gì các con nhân danh Ta mà xin cùng Cha Ta, thì Người sẽ ban cho các con". Vậy con chắc chắn Chúa sẽ thương nhận ước muốn của con. Ôi lạy Chúa, con biết, Chúa càng muốn ban thì càng làm cho người ta khát vọng. Ôi! Con không thể năng rước Chúa như con muốn, nhưng lạy Chúa, Chúa chẳng phải là Đấng Toàn Năng sao? Vậy xin Chúa hãy ở lại trong con như trong Nhà Tạm và đừng bao giờ lìa xa bánh nhỏ của Chúa…

Con muốn an ủi Chúa về những bạc tình của kẻ tội lỗi, xin Chúa cất khỏi con cái tự do làm phiền lòng Chúa, nếu bởi yếu đuối mà đôi khi con sa ngã, thì lập tức, xin ánh mắt thần linh của Chúa tẩy rửa linh hồn con, thiêu huỷ mọi bất toàn trong con, như lửa biến đổi mọi vật thành lửa…

Ôi lạy Chúa, con cảm tạ Chúa về mọi hồng ân Chúa đã ban cho con, nhất là đã luyện con trong lò đau khổ. Đến ngày cuối đời, con sẽ hân hoan ngắm nhìn Chúa "tay cầm phủ việt Thánh Giá" bởi vì Chúa đã đoái ban cho con được dự phần vào Thánh Giá rất quí báu của Chúa, nên con hy vọng ở trên trời, con sẽ giống Chúa và thấy chói lợi nơi thân xác vinh hiển của con những thương tích của cuộc Khổ nạn Chúa...

Sau cuộc lưu đày nơi trần gian, con hy vọng được vui hưởng Chúa trên quê Trời, nhưng con không muốn thu tích công đức để lên trời, con chỉ muốn làm việc cho Tình yêu Chúa, với mục đích duy nhất là làm đẹp lòng Chúa, là an ủi Thánh Tâm Chúa, là cứu vớt nhiều linh hồn để họ cũng yêu mến Chúa đời đời.

Khi đời đã về chiều, con sẽ trình diện trước Nhan Chúa với đôi tay trống rỗng, vì lạy Chúa, con không xin Chúa đếm tính các việc con làm. Mọi công chính của chúng con đều có vết nhơ trước mặt Chúa! Vậy con muốn mặc lấy sự công chính của chính Chúa, và xin Tình Yêu Chúa cho con được chiếm hữu chính Chúa đời đời. Con không mong ước ngai tòa hay vương miện nào khác ngoài Chúa, ôi Bạn Lòng yêu mến của con.

Dưới mắt Chúa, thời giờ chẳng là bao, một ngày cũng như ngàn năm, vậy trong giây lát, Chúa có thể chuẩn bị con đến trước Tôn Nhan Chúa. Để được sống liên lỉ trong Tình Yêu trọn hảo, CON XIN DÂNG MÌNH CON LÀM LỄ VẬT

TOÀN THIÊU CHO TÌNH YÊU THƯƠNG XÓT CỦA CHÚA, khẩn xin Chúa tận huỷ con không ngừng, và đổ tràn trào hồn con những làn sóng yêu thương vô biên đang nghẹn ứ trong Chúa, và như thế con sẽ trở nên tử đạo vì Tình Yêu Chúa, ôi, lạy Chúa Trời con!

Ước gì cuộc tử đạo này, sau khi đã chuẩn bị con ra trước Tôn Nhan Chúa, sẽ làm cho con chết đi, và hồn con bay thẳng về nguồn phúc đời đời của Tình Yêu Thương Xót Chúa.

Ôi lạy Chúa Chí ái, con muốn ở mỗi nhịp đập của trái tim, là mỗi lần con tái dâng cho Chúa của lễ này muôn vạn lần cho đến khi bóng tối tan đi, con có thể đối diện với Chúa và dâng lại Tình Yêu con đời đời.

Marie-Françoise-Thérèse de l'Enfant-Jésus et de la Sainte-Face, rel. carm. ind.
Lễ Chúa Ba Ngôi, 9-6, năm Ân sủng 1895

A Note on Indulgences

An indulgence is a share in the infinite merits Christ gained for us and allows the Church, His Bride, to distribute on His behalf. Indulgences are plenary when all temporal punishment is wiped away and partial when some temporal punishment is wiped away. Whether plenary or partial, an indulgence may be gained for oneself or offered for a soul in purgatory.

To gain a plenary indulgence, that is, the remission of *all* temporal punishment due to one's sins, one must perform the act required for the indulgence and fulfill three conditions: sacramental confession (within 20 days), Holy Communion (on the day of the act, if possible), and prayer for the Holy Father's intentions (an Our Father and Hail Mary or other prayers). One sacramental confession suffices for several plenary indulgences, but each plenary indulgence requires its own

Communion and prayer for the Holy Father's intentions.

The final requirement to gain a plenary indulgence is detachment from all sin, even venial sin. This does not require the feeling of complete aversion to all sin, but rather a detachment in the will. The Act of Contrition expresses this in the words: "I detest all my sins because of Thy just punishment *but most of all because they offend Thee my God who art all good and deserving of all my love.*" Confident in God's mercy, one can also simply pray, "Dear Holy Spirit, if I am not detached from all sin, please make me detached now, so that I may gain this plenary indulgence that my Mother, the Church, offers to me, Her child."

These are the conditions, but the main effort one makes to gain a plenary indulgence is the performance of a particular action. While many plenary indulgences (and their required actions) are attached to specific days of the year—for instance, the plenary indulgence one can gain from reciting the Prayer before a Crucifix (as found in this booklet) after Communion on Fridays in

Lent—there are four plenary indulgences that can be gained every day of the year, though only one per day.

These are: (1) recitation of the Rosary in a church or family, religious community or pious association; (2) adoration of the Blessed Sacrament for half an hour; (3) reading Holy Scripture for half an hour; (4) making the Stations of the Cross in a church.

As the Catechism teaches, the Church grants indulgences, which are a share in the treasury of the merits of Christ and the Saints, not only to remit punishment, but also to encourage us in works of devotion, penance, and charity. May the angels assist us!

Ghi chú về việc lãnh ơn Toàn xá

Ân xá là ơn tha thứ ta nhận được từ kho tàng các công ơn của Chúa Giêsu. Hội Thánh, hiền thê của Chúa được ủy quyền ban phát ân xá, để xóa bỏ những hình phạt tạm ta còn phải chịu sau khi tội đã được tha. Ân xá có hai loại, một là ơn toàn xá (Đại xá) tha toàn phần các hình phạt tạm thời, hai là ơn tiểu xá, tha một phần hình phạt. Mọi tín hữu có thể lãnh đại xá, tiểu xá cho mình hoặc nhường lại cho người đã qua đời.

Muốn hưởng ơn toàn xá, tức là sự tha thứ tất cả các hình phạt tạm thời, người lãnh ân xá phải thực hiện ba điều kiện Giáo hội dạy: Xưng tội (trước sau 20 ngày); Rước lễ (chính ngày lãnh ơn toàn xá nếu có thể), và cầu nguyện theo ý Đức Giáo Hoàng (1 kinh lạy Cha, 1 kinh kính mừng, hoặc các kinh khác). Một lần xưng tội thì đủ điều kiện lãnh một vài ơn Toàn Xá, nhưng việc rước lễ và cầu nguyện theo ý Đức Giáo Hoàng thì phải thực hiện từng lần cho mỗi ơn toàn xá.

Điều kiện cuối cùng để hưởng ơn Toàn xá đó là chê ghét mọi tội, kể cả tội nhẹ. Điều này không có nghĩa là đòi hỏi một sự chê ghét tất cả các tội một cách tuyệt đối, nhưng là sự tránh xa các tội trong ý chí. Kinh ăn năn tội diễn tả điều này, "Chúa là Đấng trọn tốt trọn lành vô cùng. Chúa đã dựng nên con, và cho Con Chúa ra đời chịu nạn chịu chết vì con, mà con đã cả lòng phản nghịch lỗi nghĩa cùng Chúa, thì con lo buồn đau đớn, cùng chê ghét mọi tội con trên hết mọi sự..." Tin tưởng vào lòng thương xót Chúa, ta cũng có thể cầu nguyện cách đơn giản như sau: "Lạy Chúa Thánh Thần, nếu con chưa chê ghét các tội, thì bây giờ xin hãy làm cho con chê ghét chúng, để con lãnh nhận ơn toàn xá mà Mẹ Giáo Hội đã ban cho con."

Đây là những điều kiện, nhưng nỗ lực chính yếu để hưởng ơn toàn xá là thực hiện một việc làm cụ thể. Có rất nhiều ơn Toàn Xá được ban cho trong một số ngày đặc biệt trong năm, ví dụ ta có thể lãnh ơn toàn xá khi đọc kinh kinh trước tượng chịu nạn: *Con lạy Đức Chúa Giêsu rất nhân lành rất cam thay* (trong tập sách nhỏ này), sau khi

Rước lễ các Thứ Sáu Mùa Chay, và Tuần Thương khó.

Ngoài ra, còn có 4 ơn toàn xá ta có thể lãnh hằng ngày, mặc dầu mỗi ngày chỉ một lần. (1) Đọc chung và suy ngắm 50 kinh Mân côi trong nhà thờ, hoặc nhà nguyện công, hoặc với gia đình, cộng đồng tu trì, hay hội đạo đức; (2) Viếng Chúa, chầu Mình Thánh Chúa đủ nửa giờ; (3) Cung kính đọc Kinh Thánh đủ nửa giờ; (4) Viếng và suy gẫm đủ 14 đàng Thánh giá trong nhà thờ.

Như giáo lý Hội Thánh Công Giáo dạy, các ân xá là ơn Giáo hội ban nhờ công nghiệp Chúa Giêsu và các Thánh, không chỉ để tha hình phạt tạm người ta phải chịu bởi những tội đã được Chúa tha, mà còn khích lệ chúng ta thực hành các việc đạo đức, sám hối và làm việc bác ái. Xin các Thiên thần phù trợ chúng ta!

✶

A Note on Special Plenary Indulgences in the Time of Coronavirus

Decree of the Apostolic Penitentiary

The gift of special Indulgences is granted to the faithful suffering from COVID-19 disease, commonly known as Coronavirus, as well as to health care workers, family members and all those who in any capacity, including through prayer, care for them.

"Be joyful in hope, patient in affliction, faithful in prayer" (Rom 12: 12). The words written by Saint Paul to the Church of Rome resonate throughout the entire history of the Church and guide the judgment of the faithful in the face of all suffering, sickness and calamity.

The present moment in which the whole of humanity, threatened by an invisible and insidious disease, which for some time now has become part of all our lives, is marked day after day by anguished fears, new uncertainties and above all widespread physical and moral suffering.

The Church, following the example of her Divine Master, has always had the care of the sick at heart. As Saint John Paul II points out, the value of human suffering is twofold: "It is supernatural because it is rooted in the divine mystery of the Redemption of the world, and it is likewise deeply human, because in it the person discovers himself, his own humanity, his own dignity, his own mission" (*Apostolic Letter Salvifici Doloris*, 31).

Pope Francis, too, in these recent days, has shown his paternal closeness and renewed his invitation to pray incessantly for those who are sick with the Coronavirus.

So that all those who suffer because of COVID-19, precisely in the mystery of this suffering, may rediscover "the same redemptive suffering of Christ" (ibid., 30), this Apostolic Penitentiary, *ex auctoritate Summi Pontificis*, trusting in the word of Christ the Lord and considering with a spirit of faith the epidemic currently underway, to be lived in a spirit of personal conversion, grants the gift of Indulgences in accordance with the following disposition.

The *Plenary Indulgence* is granted to the faithful suffering from Coronavirus, who are subject to quarantine by order of the health authority in hospitals or in their own homes if, with a spirit detached from any sin, they unite spiritually through the media to the celebration of Holy Mass, the recitation of the Holy Rosary, to the pious practice of the Way of the Cross or other forms of devotion, or if at least they will recite the Creed, the Lord's Prayer and a pious invocation to the Blessed Virgin Mary, offering this trial in a spirit of faith in God and charity towards their brothers and sisters, with the will to fulfil the usual conditions (sacramental confession, Eucharistic communion and prayer according to the Holy Father's intentions), as soon as possible.

Health care workers, family members and all those who, following the example of the Good Samaritan, exposing themselves to the risk of contagion, care for the sick of Coronavirus according to the words of the divine Redeemer: "Greater love has no one than this: to lay down one's life for one's friends" (Jn 15:13), will obtain the same gift of the *Plenary Indulgence* under the same conditions.

This Apostolic Penitentiary also willingly grants a *Plenary Indulgence* under the same conditions on the occasion of the current world epidemic, also to those faithful who offer a visit to the Blessed Sacrament, or Eucharistic adoration, or reading the Holy Scriptures for at least half an hour, or the recitation of the Holy Rosary, or the pious exercise of the Way of the Cross, or the recitation of the Chaplet of Divine Mercy, to implore from Almighty God the end of the epidemic, relief for those who are afflicted and eternal salvation for those whom the Lord has called to Himself.

The Church prays for those who find themselves unable to receive the Sacrament of the Anointing of the Sick and of the Viaticum, entrusting each and every one to divine Mercy by virtue of the communion of saints and granting the faithful a *Plenary Indulgence* on the point of death, provided that they are duly disposed and have recited a few prayers during their lifetime (in this case the Church makes up for the three usual conditions required). For the attainment of this indulgence the use of the crucifix or the cross is recommended (cf. *Enchiridion indulgentiarum*, no.12).

May the Blessed Virgin Mary, Mother of God and of the Church, Health of the Sick and Help of Christians, our Advocate, help suffering humanity, saving us from the evil of this pandemic and obtaining for us every good necessary for our salvation and sanctification.

The present Decree is valid notwithstanding any provision to the contrary.

Given in Rome, from the seat of the Apostolic Penitentiary, on 19 March 2020.

Mauro Cardinal Piacenza
Major Penitentiary
Krzysztof Nykiel

Sắc Lệnh Của Đức Thánh Cha Phanxicô Ban Ơn Toàn Xá Trong Cơn Dịch Virus Corona

Sắc Lệnh Của Tòa Ân Giải Tối Cao[2]

Ơn xá đặc biệt được ban cho các tín hữu nhiễm COVID-19, thường được gọi là coronavirus, cũng như cho các nhân viên y tế, người thân của họ và tất cả những người chăm sóc họ ở mọi mức độ.

"Hãy vui mừng vì có niềm hy vọng, cứ kiên nhẫn lúc gặp gian truân, và chuyên cần cầu nguyện" (Rm 12,12). Những lời này của Thánh Phaolô viết cho Giáo Hội tại Rôma vang lên trong suốt lịch sử của Giáo Hội và định hướng sự phán đoán của các tín hữu trước mọi đau khổ, bệnh tật và tai họa.

---

[2] J. B. Đặng Minh An dịch vietcatholic.net.

Khoảnh khắc hiện tại mà toàn bộ nhân loại đang phải trải qua, khi bị đe dọa bởi một căn bệnh vô hình và quỷ quyệt, trong một thời gian đã bước vào [thế giới] một cách ngạo nghễ để hình thành một phần trong cuộc sống của mọi người, được đánh dấu qua từng ngày bởi những nỗi sợ hãi, những bất trắc mới và trên hết, những khổ đau lan rộng về thể chất và đạo đức.

Theo gương Thầy Chí Thánh của mình, Giáo hội luôn quan tâm đến việc chăm sóc các bệnh nhân. Như Thánh Giáo Hoàng Gioan Phaolô II đã chỉ ra, giá trị của đau khổ nhân sinh là hai mặt: "Siêu nhiên và, đồng thời, là nhân bản. Nó là siêu nhiên, bởi vì nó bắt nguồn từ mầu nhiệm thiêng liêng của ơn cứu chuộc thế giới, và nó cũng là nhân bản sâu sắc, bởi vì trong đó con người tìm thấy chính mình, bản tính loài người của chính mình, phẩm giá của chính mình và sứ mệnh của chính mình." (Tông Thư Salvifici Doloris, 31).

Trong những ngày qua, Đức Thánh Cha Phanxicô cũng đã biểu lộ sự gần gũi hiền phụ của ngài và lặp lại lời mời cầu nguyện không ngừng cho những người nhiễm coronavirus.

Để tất cả những ai phải đau khổ vì Covid-19, chính trong mầu nhiệm đau khổ này, có thể tái khám phá "cùng một đau khổ cứu chuộc của Chúa Kitô, Tòa Ân Giải Tối Cao này, ex auctoritate Summi Pontificis, tin tưởng vào (thd., 30) Lời của Chúa Kitô và xem xét với một tinh thần đức tin dịch bệnh hiện tại đang diễn ra, để sống tình trạng này với tinh thần hoán cải cá vị, quyết định ban ơn xá theo quy định sau đây.

Một ơn Toàn Xá được ban cho các tín hữu nhiễm coronavirus, bị cách ly theo lệnh của Cơ quan y tế tại bệnh viện hoặc tại nhà riêng của mình, nếu, với một tinh thần từ bỏ mọi quyến luyến đối với tội lỗi, tham gia về mặt tinh thần thông qua các phương tiện truyền thông các Thánh Lễ trực tuyến, hay lần chuỗi Mân Côi, hay thực hành đạo đức đi Đàng Thánh Giá hoặc các hình thức sùng kính khác, nếu ít nhất họ đọc một kinh Tin Kính, một kinh Lạy Cha và một lời cầu khẩn đến Đức Trinh Nữ Maria, dâng thử thách này với một tinh thần đức tin nơi Thiên

Chúa và đức ái huynh đệ, và với một ý chí thực hiện các điều kiện thông thường (là xưng tội, rước lễ, cầu nguyện theo ý Đức Thánh Cha), ngay khi có thể.

Các nhân viên y tế, các thân nhân, và tất cả những người mà, theo gương của người Samaritanô nhân hậu, liều mình với các nguy cơ nhiễm trùng khi chăm sóc cho người nhiễm coronavirus, theo lời của Chúa Cứu Thế: "Không có tình thương nào cao cả hơn tình thương của người đã hy sinh tính mạng vì bạn hữu của mình" (Ga 15,13) sẽ nhận được cùng một Ơn Toàn Xá trong cùng các điều kiện trên.

Hơn nữa, với cùng một điều kiện trên, Tòa Ân Giải Tối Cao này cũng sẵn lòng ban Ơn Toàn Xá trước đại dịch toàn cầu hiện nay, cho những tín hữu kính viếng Thánh Thể, tham gia vào việc Chầu Mình Thánh Chúa, hoặc đọc Thánh Kinh trong ít nhất nửa giờ, hoặc lần chuỗi Mân Côi, hoặc thực hiện thực hành đạo đức đi Đàng Thánh Giá, hoặc cầu nguyện với Lòng thương xót Chúa, để cầu khẩn Thiên Chúa Toàn năng chấm dứt dịch bệnh, chữa lành cho những người bị ảnh hưởng và ban ơn cứu độ muôn đời cho những người mà Chúa đã gọi về với Ngài.

Giáo Hội cầu nguyện cho những người không thể lãnh nhận Bí tích Xức dầu Bệnh Nhân và Của Ăn Đàng [Viaticum—nghi thức cho những người đang hấp hối được rước lễ], phó thác mỗi người và tất cả mọi người cho Lòng thương xót Chúa, nhờ tình Hiệp Thông với Các Thánh, và ban một Ơn Toàn Xá vào lúc lâm tử nếu họ ước ao và đã đọc một số lời cầu nguyện trong suốt cuộc đời của họ (trong trường hợp này, Giáo Hội bãi miễn ba điều kiện bắt buộc thông thường). Để có được Ơn Toàn Xá này, nên sử dụng cây thánh giá hoặc dấu thánh giá (x. Enchiridion Indulgentiarum, số 12).

Xin Đức Trinh Nữ Maria, Mẹ Thiên Chúa và Giáo hội, là Sức khỏe của các Bệnh Nhân và Sự Phù Hộ của các Kitô hữu, Trạng sư của chúng ta, giúp đỡ nhân loại khổ đau, xua trừ cái ác của đại dịch này và cầu bầu cho chúng ta mọi điều tốt đẹp cần thiết cho ơn cứu rỗi và ơn thánh hóa chúng ta.

Sắc lệnh này có hiệu lực bất kể những quy định ngược lại.

Làm tại Rôma, từ trụ sở của Tòa Ân Giải Tối Cao, vào ngày 19 tháng 3 năm 2020.

>Đức Hồng Y Mauro Piacenza—
>Chánh Tòa Ân Giải Tối Cao
>Đức Ông Krzysztof Nykiel- Nhiếp chính

Guardian Angel Prayer
(When Unable to Assist at Holy Mass)

Dear Guardian Angel, go for me to the church, there kneel down at Mass for me. At the Offertory, take me to God, and offer Him my service: What I am, what I have, offer as my gift. At the Consecration, with your seraphic strength, adore my Saviour truly present, praying for those who have loved me, for those who have offended me, and for those now deceased, that the blood of Jesus may purify them all. During Holy Communion, bring to me the Body and Blood of Jesus uniting Him with me in spirit, so that my heart may become His dwelling place. Plead with Him, that through His sacrifice all people throughout the world may be saved. When the Mass ends, bring home to me and to every home, the Lord's blessing. Amen.

Kinh Thiên thần Bản Mệnh (Đọc khi không thể tham dự Thánh Lễ)

Lạy Thiên thần bản mệnh, xin hãy đến nhà thờ quỳ gối tham dự thánh lễ thay cho con. Khi đến phần dâng của lễ, xin hãy dẫn con tới Chúa, và dâng lên Chúa con người của con và tất cả những gì con có như là lễ vật của con. Đến phần truyền phép, với sức mạnh thiên sứ của Ngài, xin hãy thờ lạy Đấng cứu độ của con đang thực sự hiện diện, và xin cầu nguyện cho những ai yêu mến con, những kẻ đã xúc phạm đến con, và cho những người đã ly trần, xin Máu Thánh Chúa Giêsu thanh luyện họ. Trong khi hiệp lễ, xin hãy mang Mình Máu Thánh Chúa Giêsu đến với con, liên kết Ngài với con trong thần khí, để tâm hồn con trở nên nơi cư ngụ của Chúa Giêsu. Xin Thiên thần hãy khẩn nài cùng Chúa Giêsu, để nhờ sự hiến tế của Chúa mà tất cả mọi người trên thế giới này được cứu độ. Khi thánh lễ kết thúc, xin hãy mang phúc lành của Chúa đến cho gia đình con cũng như cho tất cả mọi gia đình. Amen.

"A few days after my Oblation to God's Merciful Love, I had commenced in the choir the Way of the Cross, when I felt myself suddenly wounded by a dart of fire so ardent that I thought I should die. I know not how to describe that transport; there is no comparison which would make the vehemence of that flame understood. It seemed as though an invisible force plunged me wholly into fire. Oh, that fire! What sweetness! One minute, one second more, and my soul must have been set free …"

—St. Thérèse (*Story of a Soul*)

"Few are the souls to receive this divine wound: those chiefly whose spirit and power are to be transmitted to their spiritual children: God bestows on the Founder such gifts and graces as shall be proportionate to the succession of the Order as the first-fruits of the Spirit."

—St. John of the Cross (*The Living Flame of Love*)

"Mấy ngày sau khi con đã dâng mình cho Tình Yêu Thương Xót của Chúa, đang lúc đi đàng Thánh Giá ở ca triều, bỗng chốc con cảm thấy một mũi tên lửa bắn vào lòng con nóng bỏng quá sức đến nỗi con tưởng chết ngay đi được. Con không thể nào giải thích nổi tâm trạng con lúc ấy ra sao, không sự so sánh nào có thể diễn tả được cường độ của ngọn lửa đó. Dường như có một sức mạnh vô hình đã dìm toàn thân con vào lửa. Ôi say nồng biết bao! Êm đềm khôn xiết kể! Có lẽ chỉ một phút nữa, một giây nữa là con chết…"

—Thánh Têrêxa (*Một Tâm Hồn*)

"Ít có linh hồn nào đạt được tới tình trạng cao vời ấy, nhưng vẫn có một số vị, đặc biệt là những vị mà tinh thần và đức hạnh của họ cần được phổ biến cho con cái họ được kế thừa. Thiên Chúa ban cho các vị khởi đầu này những hoa quả đầu mùa thật phong phú và giá trị của Thần Khí, tuỳ theo số người nhiều ít sẽ noi theo học thuyết và tinh thần các vị ấy."

—Thánh Gioan Thánh Giá (*Ngọn Lửa Tình Nồng*)

Inquiries about discount pricing for
bulk orders of print copies of this book
may be addressed to the publisher at:
littlewaybooks@gmail.com